TETIWE

Tetiwe is my grandmother's name. It comes from the Zulu word, **"THETHIWE"** which means One who is trusted.

Hello! My name is TETIWE!

Swahlli

Habari! Jina langu ni TETIWE!

Swahili
English

Maneno hutunganisha. Kitabu hiki kinasambaza lugha ya kila siku kwa Kiingereza na Kiswahili – kikisaidia watoto na familia kujifunza, kucheka, na kukua pamoja.

This book shares everyday language in English and Swahili. - helping children and families learn, laugh, and grow together.

TETIWE MY WORDS IN ACTION SWAHILI SC Edition 978-1-965398-41-8

Compiled & Designed by Alf & Val Clary Muronda
Illustrations by Mehar Afroz
Published By MASAKA PUBLISHING MEDIA HOUSE

MASAKA PUBLISHING
MEDIA HOUSE

TETIWE

MY WORDS IN ACTION

Table Of Contents

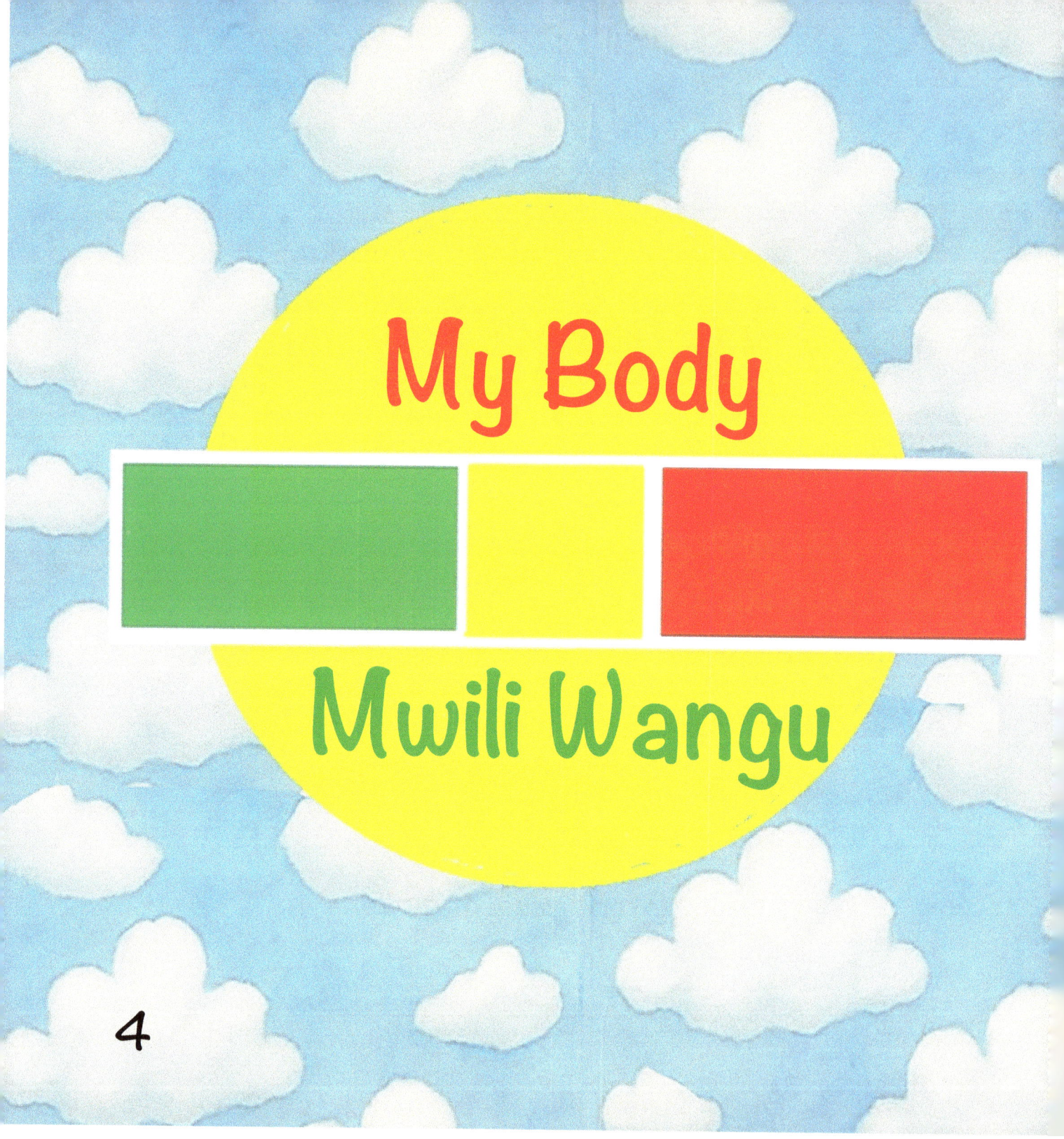

My Body

Mwili Wangu

5

Parts of My Body

- My hair
- My eye
- My mouth
- My leg
- My ear
- My hand

6

Head   Kichwa

Hand

Mkono

Leg   Mguu

Mouth   Mdomo

7

9

English	Swahili
My Hand	Mkono wangu
My Eye	Jicho langu
Hair	Nywele
Ear	Sikio
Nose	Pua
Mouth	Mdomo
Leg	Mguu
Teeth	Meno
Neck	Shingo

My Family

Familia Yangu

 Family

English	Swahili
Father	Baba
Mother	Mama
My Brothers	Ndugu zangu wa kiume
My Grandmother	Bibi
My Grandfather	Babu

15

16

My Colours

Rangi Zangu

English	Swahili
Colours	Rangi
Green	Kijani
Red	Nyekundu
Yellow	Njano
Blue	Bluu
Orange	Rangi ya machungwa
Pink	Rangi ya waridi
Purple	Rangi ya zambarau
White	Nyeupe
Black	Nyeusi
Brown	Kahawia

Rangi Zangu

My Colours

19

Kijani

Green

Samawati

Blue

Nyekundu

Orange

Rangi ya machungwa

Yellow

Njano

20

Rangi ya waridi

Rangi ya zambarau

Pink

Purple

White

Red

Nyeupe

Nyekundu

21

Hudhurungi

Nyeusi

Brown

Black

My Food

Chakula Changu

23

🍽 Food & Drink

English	Swahili
Food	Chakula
Water	Maji
Milk	Maziwa
Juice	Juisi
Apple	Tufaha
Avocado	Parachichi
Peanut	Karanga
Banana	Ndizi
Ice Cream	Aiskrimu
Bread	Mkate
Cake	Keki
Chicken	Kuku
Beef	Nyama ya ng'ombe

25

Apple

Tofaa

Avocado

Parachichi

Nyugu

Banana

Peanut

26

Ndizi

Ice Cream

Aiskrimu

Bread

Mkate

Cake

Keki

27

Kuku

Chicken

Samaki

Fish

Nyama ya ng'ombe

Beef

Maize

Mahindi

Porridge

Ugali

Rice

Wali

29

🎴 Food & Drink

English	Swahili
Fish	Samaki
Maize	Mahindi
Porridge	Uji
Rice	Mchele (uncooked), Wali (cooked)
Goat	Mbuzi
Pig	Nguruwe
Cow	Ng'ombe

Animals I Know

WANYAMA

ANIMALS

Wanyama
Ninaojua

 Animals

English	Swahili
Dog	Mbwa
Cat	Paka
Donkey	Punda
Lion	Simba
Elephant	Tembo / Ndovu
Zebra	Pundamilia
Hare	Sungura
Horse	Farasi
Bird	Ndege
Duck	Bata
Goat	Mbuzi

Mbwa

Dog

Paka

Cat

Donkey

Punda

33

Lion
Simba

Elephant
Ndovu or Temb-

Zebra
Pundamilia

Hare
Sungura

34

Horse

Farasi

Bird

Ndege

Duck

Bata

35

The Countries Where Swahili Is Spoken

Swahili is spoken by millions of people

Watu mamilioni wanazungumzaKiswahili

▢ **Where Swahili Is Spoken**

Swahili is an official or widely spoken language in:

- **Tanzania, Kenya, Uganda, Rwanda** (official status)
- **Burundi, Democratic Republic of Congo, Mozambique, Somalia, Malawi, Zambia, Comoros, Madagascar** (widely spoken)

Oman (historical and cultural ties)

It's also one of the **official working languages of the African Union** and used in **regional organizations** like the East African Community and SADC.

36

TETIWE

MY WORDS IN ACTION

Ndebele

Shona

Swahili

Xhosa

Zulu

Celebrating African Languages Through Story, Song and Play!